Magnús Matthíasson
Land Gefjunar

AF280233

Magnús Matthíasson

Land Gefjunar

Sjálfsævisaga og hugleiðingar

Áletrun

© 2024 Magnús Matthíasson

Verlag: BoD • Books on Demand GmbH, In de Tarpen 42,

22848 Norderstedt

Druck: Libri Plureos GmbH, Friedensallee 273, 22763 Hamburg

ISBN: 978-3-7597-7060-8

Efnisyfirlit

Í þessari bók hef ég eingöngu skrifað um mína reynslu og mín tengsl við Danmörk, hvernig ég sé Danmörk fyrir mér og hvernig ég upplifi landið með mínum skoðunum eingöngu, hvernig ég sé það samband sem myndast hefur á milli Danmörk og míns lands Íslands í gegnum árin. Ég vil þó taka það skýrt fram að það er ekki þar með sagt að ég hafi hér rétt fyrir mér í öllum tilfellum.

Í þessari bók eru fjöldinn allur af myndum sem ég hef tekið sjálfur á ferðalögum mínum um Danmörk seinustu árin, ég hef safnað þeim og notað í þessa bók. Þrátt fyrir það hafa myndirnar ekkert með textann að gera, þær eru bara hér hafðar til hliðsjónar til að minna okkur á staði sem við (kannski) könnumst við.

Allar myndir í bókinni eru teknar af höfundi með sömu myndavélinni Canon EOS 2000D.

Í fyrsta sinn í útlöndum

Það var einn morgun, ég man ekki nákvæmlega hvenær, ég man varla hvað ég var gamall.

En ég man hvað ég var spenntur, ég man að ég var á leið til útlanda í fyrsta sinn. Þetta hljómaði eins og ljóð eftir Einar Ben, Fákar.

„Í morgun hljóma
er lagt af stað,
allt logar af dýrð.

Fyrirheitna landið var Búlgaría.

Ég var svo spenntur, ég var svo glaður. Lífið var að breytast, því á þeim tíma var ekki öllum Íslendingum boðið að fara til útlanda. Það þótti ekki svo sjálfsagt.

Þetta var svo nýtt, þetta var svo gaman og smá pjakkurinn gat ímyndað sér að hann væri einhverskonar njósnari eins og James Bond eða Simon Templar, að vera ferðast um heiminn í flugvél á milli landa. Að ferðast um heiminn og vera flottur í tauinu og ánægður með sig, og vera góður gæi. Þvílíkur töffari sem litli snáðinn var orðinn.

Nú var ég vanur að fara upp á gömlu flugstöðina bara í þeim tilgangi að sækja pabba minn þegar hann kom úr vinnuferð úr útlöndunum. Nú var það ég sem var að fara út til útlanda og í fylgd með pabba og mömmu.

Alltaf þegar pabbi kom í gegnum hliðið þá var það ég, litli augasteinninn hans sem hann faðmaði að sér og hélt í fanginu í smástund svo smellti hann kannski einum litlum kossi á mömmu.

Nú vorum við öll að fara saman að skoða heiminn, skoða þá staði sem við höfðum aldrei séð.
Þegar ég kom inn í fríhöfnina þá sá ég hvar fólk gat keypt sælgæti og brennivín í stórum stíl, svo sátu Íslendingar á börunum og drukku bjór og brennivín og sumir voru orðnir svo fullir að þeim var næstum því ekki leift að fara upp í flugvél til að fljúga í burtu. Þessi fríhöfnin var eins og einhverskonar utanlandsmarkaður á þeim árum, og stundum var hann einhverskonar skemmtistaður sem spennandi var fyrir Íslendinga að skoða eða heimsækja. Hvarvetna hitti pabbi og mamma fólk sem þau þekktu, fólk sem var líka að fara út til Búlgaríu. Kannski voru það gamlir kommúnistar úr hreyfingunni sem höfðu kynnst pabba í gömlu Keflavíkur göngunum hér í denn.
En fyrst var leiðinni haldið til Danmerkur.

Ég man hvað pabbi sagði mér oft frá ferðum sínum um Danmörk, þess vegna fannst mér svo spennandi að vera fara þangað út og sjá *Kóngsins København*.

Einn vinur minn í skólanum átti pabba sem var þjónn á veitingahúsin í Kaupmannahöfn sem hét „*Bláa kannan*".

Þar hafði pabbi oft farið að borð, hann sagði okkur frá því að hafa komið þangað inn og hitt föður vinar míns. Já, hann kannaðist eitthvað við hann. Svona var þá heimurinn lítill.

Við stigum upp í DC-8 flugvél, mér fannst stærðin vera svo svakaleg að mér leið eins og ég væri að stíga upp í geimskip sem var að fara með okkur til nokkra hringi í kringum heiminn á nokkrum mínútum. Þetta var svo svakalegt og þá gat ég séð að litla Ísland var bara litla Ísland. Svo var flogið af stað og fyrsti áfangastaður var Danmörk.

Þá kom ég í fyrsta sinn til Danmerkur. Það var skýjað en ég man hvað ég var furðulostinn yfir öllum þessum trjám sem umkringdu Kastrup flugvöllinn. Þetta var auðvitað nýr heimur, ný veröld sem ég var að sjá.

Svo var ferðinni haldið til Ungverjalands þar sem hver og einn einasta mannsbarn var tekið fyrir og skoðað upp og niður. Allt var tekið út.

Á þeim tíma var kalt stríð í gangi og það var svo kalt að maður gat frosið bara með því að fylgjast með hermönnunum þramma um, vopnaða AK-7 rifflum og skammbyssum í beltinu. Á Íslandi var lögreglan í mesta lagi með hatt til að mega hræða mann, handjárn og tvær sterkar hendur til að handsama vonda menn, meira var það ekki. Mér fannst íslenska löggan ekki vera nógu cool.

Og hingað var ég kominn í land þar sem var sk. kalt stríð, svo kalt að allt í kringum það fraus. Svo var ferðinni haldið áfram til Búlgaríu þar sem vikum var eytt í sólinni á Gullnu ströndinni og þarna á þessum tíma þegar ég var bara barn og þá var Hristo Stoichkov að verða unglingur. Einhvers staðar annarsstaðar þarna í Búlgaríu.

***

En ferðin í Búlgaríu tók svo enda og það besta var að hún endaði í gömlu höfuðborginni okkar.

Í kóngsins Kaupmannahöfn.

Það var svo yndislegt að koma þangað og sjá alla dýrðina sem bar lítinn snáða fyrir sjónum.

Þarna hoppuðum við feðgarnir út og mamma fór með vinkonum sínum að versla á þessu heilaga verslunar Striki. Já, og við feðgarnir gengu um borgina og skoðuðum Ráðhústorgið, við gengum inn í fyrirtæki sem var eiginlega í miðbænum og þar hittum við skemmtilega menn sem pabbi talaði við því hann þekkti þá alla. Þeir urðu glaðir að sjá mig lítinn pjakkinn sem stóð úti á miðju gólfi og skildi ekki neitt. Þarna drukku þeir saman kaffi svo var sóttur bjór sem þeir kallarnir drukku saman en ég fékk kakómjólk og pabbi sagði félögum sínum frá svakalegu Búlgaríu og öllum vopnuðu hermönnunum og öllum lögreglumönnunum sem voru alltaf að stoppa okkur úti á götu til að skoða vegabréfin okkar eða til að skipta sér af okkur. Spyrja mömmu og pabba hvort þau ættu nokkuð sígarettu eða eld. Og þau voru víst svo heppin að reykja ekki því að menn sögðu hermennina og lögregluna í Búlgaríu vera ansi duglega við að stela af þeim heilu pökkunum ef Íslendingarnir fengu sér sígarettu. Já, það var jú svo sannarlega kalt stríð þá í gangi. Dönunum fundust við Íslendingar svo miklir sveitakallar því þeir skelli hlógu af öllum sögunum, en pabbi kunni líka að segja skemmtilega frá ferðinni.

Snáðinn ég, skildi ekki neitt þegar mennirnir töluðu saman þá var ég jú vanur að sitja við hliðina á pabba og hlusta á hann tala útlensku við einhverja kalla utan af heimi. Þeir komu til að hitta hann og gera viðskipti, héðan og þaðan um allan heiminn. Hvort sem það voru Danir, Norðmenn, Svíar, Þjóðverjar eða Englendingar eða Hollendingar jafnvel Bandaríkjamenn. Það skipti ekki máli, pabbi talaði fjöldann allan af tungumálum og vakti hann ætíð mila hrifningu meðal jafningja.

Hann var virtur af félögum sínum í fyrirtækinu þar sem hann vann, einmitt fyrir þessa tungumálakunnáttu.

Það þótti auðvitað flott á þessum árum að ferðast um Danaveldi því að það var alltaf einhver frá Íslandi í för sem kunni málið. Það þótti flott að fara út á land á áttunda áratuginum. Það þótti flott að setjast upp í flugvél á Reykjavíkurflugvelli og taka flugið til Akureyrar eða Egilsstaða.

Við fórum svo í Tívolíið. Þó svo ég muni ekki alveg hvað ég var gamall þá gleymi ég aldrei þeirri stund að hafa komið þangað inn í fyrsta sinn. Ég veit það í dag að Tívolíið í Kaupmannahöfn er heimsfrægt um allan heim, ég veit að það koma fólk hvaðan af úr heiminum til að skoða þennan skemmtigarð. Til Kaupmannahafnar til að skoða Danska Tívolíið og líka til að skoða litlu hafmeyjuna.

Það var svo sérstakt að koma þangað inn því að garðurinn var svo ótrúlega fallegur, hann var víðast hvar blómum skreyttur og það voru svo mörg ævintýri í gangi sem enn eru mér ógleymanleg.

Ég man svo sérstaklega vel eftir því að þegar ég fór í lestina sem fór inn í hellana, þetta var lestin sem tóku svo snarpar beygjur og hún fór upp og svo skall hún niður þannig að mann langaði til að öskra.

Og pabbi hélt utan um mig svo fast og ég fann fyrir svo miklu trausti og svo miklu öryggi að ég þurfti ekki einu sinni að vera hræddur því að pabbi var hjá mér. Við fórum í parísarhjólið sem fór upp og niður og við sáum yfir alla borgina. Á móti okkur sátu tvær ungar stúlkur sem voru yfir sig hrifnar og mér fannst þær svo tilgerða og spjátrungslegar þegar þær hljóðuðu upp yfir sig yfir því að vera komnar hátt upp í loftið. Ég lét hneykslun mína ekki í ljós heldur reyndi ég bara að horfa yfir borgina sem var full af risa stórum húsum, svo stórum húsum sem ég hafði aldrei á ævinni séð.

Svo kom kvöld, og við fórum aftur upp á flugvöll. Bráðum átti flugvélin að fara með okkur heim til Íslands.

Við máttum ekki missa af henni það var nefnilega beðið eftir okkur heima.

Svo fórum við af stað og við komum á réttum tíma upp á flugvöll, við flugum svo heim og litli snáðinn var svo þreyttur að hann svaf allan tímann í vélinni og vaknaði ekki fyrr enn við komum heim og lent á Keflavíkur flugvelli. Mamma byrjaði strax að kvarta undan rokinu heima en ég var svo yfir mig glaður að finna rokið kasta sér í andlitið á mér, ég var svo glaður mig minnir að ég hafi hlegið af mömmu.

það var gaman að upplifa lífið í útlöndum en einvherja hluta vegna þá situr Danmörk svo fast í góðu minningunni.

Danaveldi hafði fest sig í kollinum á mér.

Ég hugsað stundum um það sem unglingur hvað ef Ísland og Danmörk færu í stríð? Hvernig myndi það enda. Írar gáfust aldrei upp á móti Englendingum og myndu Danir einhverntímann vera svo í nöp við okkur Íslendinga að þeir myndu ráðast inn í litlu eyþjóðina í norðri? Nei, það held ég að myndi aldrei gerast, frekar myndu Danir vernda okkur fyrir öllu sem fyrir verða.

Fjósamaðurinn mikli

Litli snáðinn var allt í einu orðinn að unglingi, hávöxnum og sterklega byggðum. Hann leit út fyrir að vera fullorðin maður um fermingu, hann leit út fyrir að vera kominn á þrítugsaldurinn. Og, eins og allir krakkar á hans aldri, hafði hann auðvitað mikla framtíðardrauma sem auðvitað var á brattann að sækja með. Hann þótti þó ekki vera námfús, og ekki þótti hann vera efnilegur strákurinn á marga vegu. Þó að ég var alltaf að lesa bækur eða kynna mér eitthvað sem ég taldi að skipti mig máli, þá var skólaganga mín mjög ábótavön, ég var ekki svo mikill námshestur. Ég var mjög aftarlega í öllum almennum og bóklegum fögum, eða þá í flestum námsgreinum. En, ég hafði þó gaman að lesa skáldsögur og almennar bókmenntir. Ég elskaði að hlusta á upplestur sögur og jafnvel fara á málverkasýningar, þá gat ég starað á málverkin sem voru til sýnis og ímyndað mér eitthvað. Ég elskaði að fara á tónleika eða bara að sækja allskonar listrænar uppákomur eins og leiklistasýningar og ég sótti mestmegnis bókaupplestra.

***

Það mætti kannski taka það fram að þegar ég var kominn í gagnfræðaskóla þá loksins fékk kennara sem var harður í horn að taka, kennara sem kallaði sko ekki allt ömmu sína og tók hún pjakkinn (mig) upp úr pokanum og gerði hann að manni.

Það var einmitt það sem pjakkurinn þurfti á að halda.

Það hafði jú eins og fyrr kom fram, tognað vel út litla pjakknum. Og allt í einu var hann orðin sterkbyggður unglingur sem þóttist vera til í flest átök.

En var ég það?

Var ég einhver harðjaxl sem var til í allt nema sjálfsmorð og giftingu?

Ég hafði nokkrum sinnum verið sendur í sveit á sumrin, þess vegna taldi ég mig hafa þó nokkra reynslu á bústörfum. Ég hafði þó öðlast mikla lífsreynslu á mörgum sviðum, þó ég segi frá sjálfur. En ég held að gaur eins og ég var, hafi þurft svo sannarlega ákveðna og harðan aga, hlýja umhyggju en fyrst og fremst ábyrga manneskju til að móta mig fyrir lífið.

Einn daginn gerðist nokkuð óvenjulegt, pabbi kom heim frá Danmörku eins og hann gerði nokkrum sinum á ári. Þegar ég hafði faðmað hann að mér þá virti hann mig fyrir sér sposkur og svolítið leyndardómsfullur á svipinn.

Þá allt í einu sagðist hann vera búinn að finna fyrir mig sveitaheimili í Danmörku. Þar átti ég að vinna yfir allt næsta sumarið, ég hugsaði mig um í smástund en var svo ánægður að heyra þetta. Ævintýri og skemmtilegt, hugsaði ég með mér. Ég sló til og þá var ekki aftur snúið. Nú var ég á leiðinni til Danmerkur, nú átti ég að prufa að vera fjósamaður í öðru landi. Ekki einhversstaðar austur á fjörúm eða að hlaupa eftir kindum norður í landi. Ég var á leiðinni til Danmerkur. Ég var sendur þetta sumar til Danmerkur, ég var ný fermdur og ég átti að læra að vinna, ég átti líka að læra að tala dönsku. Ég átti sem sagt að verða að manni.

Mér hefur aldrei þótt það góð latína að ekki megi kenna börnum að vinna. Að takast á við erfiði lífsins um fermingu. Láta þau hafa fyrir því að afla sér vasapeninga. Kenna þeim að það sé blóð, sviti og tár á bak við hverja krónu. Það er auðvitð þá nauðsynlegt að kenna börnum að vinna svo þau geta komið fram með tölvurnar sínar, farsímana sína eða hjólin sín og sagt. „Ég vann mér inn fyrir þessu sjálf/ur".

En þegar ég var að alast upp þá var öldin önnur, við ólumst upp af fólki sem voru fædd og uppalin á kreppuárunum miklu. Þess vegna átti ég víst að verða fjósamaður á stóru sveitabúgarði sem bar nafnið Bjarg. Það þótti sko ekkert tiltöku mál að ég færi og myndi hafa fyrir lífinu.

Á Bjargi voru næstum hundrað og fimmtíu mjólkandi kýr og yfir þrjú hundruð nautgripir, meira en tvö hundruð svín og nokkrir kettir, einn hundur og einn hestur.

Þegar ég var svo loksins komin til Danmerkur þá var einhver danskur vinur hans pabba sem tók þar á móti mér á Kastrup. Hann stóð á miðju gólfinu við útgönguleiðanna. Hann gekk hægt í áttina til mín og spurði. „Er du Magnus?".

Ég þóttist vel skilja hann og kinkaði því bara kolli. Ég var auðvitað smeykur en þó vissi ég að þetta var allt í góðu lægi. Hann spurði mig hvort ég vildi fara með sér að skoða Kaupmannahöfn og við keyrðum svolítið um borgina. Veðrið var stórkostlegt, sól og hiti í lofti.

Þrátt fyrir að ég hafði komið þangað áður þá birtist borgin mér jafn mikill ævintýraheimur og hún var áður. Hann sýndi mér litlu hafmeyjuna og hann sýndi mér hvar við gátum horft yfir til Svíþjóðar. Hann sýndi mér allar frægu byggingarnar. Þó svo að ég hafði séð þetta allt á póstkortum þá var það svo nýtt fyrir mér að getað séð þessa staði með berum augum, þessar byggingar og alla þessa stóru miklu minnisvarða með berum augum. Allt þetta var svo öðruvísi enn ég átti að venjast úr litlu Reykjavík.

Auðvitað skildi ég kannski ekki alveg hvað ég var að fara út í, þó ég hafi verið vanur að vera í burtu frá pabba og mömmu, svo mánuðum skipti á sumrin. En að vera sendur í annað land var mér svo framandi að ég átti ekki til orð hvað tímanum hafði liðið. Ég var strax farinn að sakna þeirra, og hvað ég óskaði mér að pabbi hefði verið með mér þarna í miðjum ævintýrunum. Ég var mikill pabba strákur og ég ólst upp að mestu í hans umsjón.

Seinna þennan eftirmiðdag steig ég upp í flugvél á Kastrup flugvellinum og ég flaug áfram til Jótlands.

Hversu oft var ég búin að sjá heimildamyndir frá Danmörku í skólanum? Hversu oft hafði ég séð Danska menningu í Billie August bíómyndum?

Hversu oft hafði ég lesið um stelpunnar Astrit, Kæju, Else eða Önnu sem var að hlaupa og sippa, hoppa í París. Oft hafði ég lesið um strákinn Sören, Peter, Johannes eða Kasper sem hafði gaman að því að leika með sér með bíla, hlusta á tónlist og spila fótbolta.

Allt þetta var í boði upp úr dönsku kennslubókunum. Oft heyrði maður talað um rauðgraut með rjóma, svínasteik og baunir. En aldrei hafði ég smakkað það.

Ég lendi á Jótlandi þennan hlýja og sólríka eftirmiðdag, þar sem gamalt bónda grey beið eftir mér. Hann gekk til mín horfði aumkunarverður í augun á mér og spurði á sinni vestur jósku. „Er du Magnus?".

Og eins og við manninn á Kastrup kinkaði ég kolli brosandi, hlýlega til hans. Ég var reyndar brosandi yfir því að bóndinn var ekki grimmdarlegur og hvasseygður og ekki var hann heldur svo fyrirlitningslegur og ruddalegur í framkomu. Þó síður en væri, því hlýlegri manni hafði ég ekki á ævinni kynnst.

Svo keyrðum við að búgarðinum og ég hitti þá konu hans sem í fyrstu virtist bara venjuleg kona. En seinna meir fékk ég að sjá að var ekki eins og venjuleg kona myndi haga sér.

Hún vísaði mér á herbergið mitt sem var uppi á hálofti. Mér brá auðvitað því við mér blasti þakskálarnar að innanverðu og ég hélt að ég ætti að sofa undir þeim, en svo var mér vísað inn í hlýlegt herbergi þar sem var stóll, borð, rúm og skápur og við hliðina á rúminu var lítið náttborð þar sem ég gat þá lagt bók frá mér. En þar var þó engin borðlampi þannig að ég þurfti að lesa við loft ljósið en svo gat ég brúkað mánaljósið sem skein inn í gegnum gluggann minn á nóttunni.

Hvað átti ég að gera til að getað skilið allt saman? Auðvitað, ég byrjaði að skrifa dagbók til að reyna smátt og smátt að útskýra það fyrir sjálfum mér að ég átti einhvern veginn að verða að manni, þetta var leiðin að gera mann að fjósa manni í útlöndum.

Annar maður og félagi

Við urðum ágætir félagar einn vinnumaðurinn sem vann á bænum og ég. Hann var fastráðinn, hann var ágætis náungi og hann hafði unnið fyrir sama fólkið í tíu til fimmtán ár. Ég spurði hann hvort hann hafði nokkuð lært eitthvað.

„Já! Ég er hálærður fjósamaður." Sagði hann og sló sér á brjóst. Og þóttist vera hálærður maður. Ég man ekki alveg hvað hann hét, en, jú, hann héti Jón.

Þessi tími var mér bæði lærdómsríkur og hvetjandi en um leið þrúgandi og íþyngjandi. Þessi vera setti sitt mark á mig.

Ég var úti á akri að slá brenninetlur með orf og ljá. Þegar ég svo allt í einu sló með orfinu beint í ristina á mér. Orfið sökk djúpt og setti djúpan skurð sem enn er til staðar og sem enn minnir á sig þegar ég skipti um sokka. Við vorum þrír vinnumennirnir sem unnu á hverjum degi. Þó svo að þeir fengu reglulega frí en ég fékk það aldrei.

Þarna var ég vinnandi á hverjum degi frá morgni til kvölds eins og hver annar þræll. Það var gert lítið úr mér sem Íslendingi fyrir það að kunna ekki allt sem þeir kunnu og allt það þem þeir vissu, það var mikið sett út á land gömlu nýlendu þjónana. Þegar Danirnir töluðu niður til Íslands og íslenskra alþýðu þá varð ég einhvern vegin meiri Íslendingur í hjartanu. Þegar Tína húsfreyja fór að tala um hvað Ísland væri ljótt land þá sá ég fegurðina í öllu heima á Íslandi.

Þegar ég hef hugsað um þetta þá hef ég séð að það er niðurlægingin og vanvirðingin sem eflir fólk meira upp á móti sér.

England og Bandaríkin urðu hataðar þjóðir sökum hroka og yfirgangs, Belgía er hötuð í Afríku vegna þess að þeir frömdu þar glæp gegn mannkyninu.

Þegar við förum upp á móti annari þjóð þá sér maður það oft hvað þjóðernishyggjan eflist í hjarta fólks við það. Þannig fær maður alla upp á móti sér.

Þannig lærði ég að finna fegurðina í íslenskri menningu og í íslensku samfélagi þegar það var niður rifið og þegar því var sýnd þessi lítils virðing.

Á hverjum degi vann maður við að fóðra litla kálfana, síðan vann ég við að bera kalk á skítuga veggi og mála veggina í svínastíunum og hjá kálfunum. Ég setti mjólk í sitthvora níðþungri skjóluna og bar þær dágóðan spotta út á engi þar sem nokkrir kálfar voru bundnir úti á túni. Heimasætan þurfti aldrei að hjálpa en það kom mér svo á óvart hvað börnin á bænum þurftu ekkert að hjálpa til við bústörfin. Það var ólíkt því á Íslandi. Á Íslandi tíðkaðist það að börn bændanna færu út að vinna eins og allt annað fólk á bæjunum. En við vinnumennirnir unnum nánast á hverjum degi og skiluðum fullkláruðum dagsverkum af okkur til þess vorum við vinnumennirnir. Eldri dóttir hjónanna átti glæsilegan arabískan hest sem hún fór stundum í útreiðartúra á eins og hver önnur prinsessa.

Svo einn daginn kom ungur strákur á bæinn sem einnig var vinnumaður. Hann var bara átján ára gaur og á sama tíma var ég bara fjórtán ára stráklingur. Okkur kom vel saman, hann var fínasti náungi. Ég man ekki hvað hann hét, en hann kallaðist Arvin. Hann var bráð myndarlegur og ég tók eftir því að elsta heimasætan renndi til hans hýru auga. Samt var Arvin eins áhugalaus og hugsast gat.

Við vorum þrír vinnumenn sem unnum saman allan daginn fram á kvöld. Svo var vinnudeginum lokið þá var tímanum eytt í eitthvað skemmtilegt. Það var alltaf farið eftir rútínu, alltaf var farið eftir settum reglum. Að beygja reglurnar eða breyta skipulagi þekktu þeir ekki. Það var ekki til í þeirra orðabók. Ég smápjakkurinn sem var ný fermdur, gaurinn sem allir kennarar á Íslandi þoldu ekki, rauðhærði gaurinn sem var hverfishrellirinn, gaurinn sem hneykslaði fólk, þegar ég rabbaði um fótbolta við Arvin þá hélt hann með Silkiborg í Dönskudeildinni. Sjálfur veit ég ekki með hvaða liði ég held með. Kannski ekki neinu.

Hann útskýrði fyrir mér að bráðum eignast Danir besta leikmann í heimi og hann hafði rétt fyrir sér. Mikael Laudrup var bestur í heimi. (So sorry Maradona). Ég trúði honum ekki því ég hélt þá að engin leikmaður yrði eins góðir og Zico og Socrades. Fyrir mér voru þeir ekki bara knattspyrnumenn, þeir voru listamenn.

Hvað var að gerast í þessu landi á meðan?

Ég horfði oft á sjónvarp, kannski var það bara til að reyna læra dönskuna eða var danska sjónvarpið skemmtilegra enn það íslenska? Þrátt fyrir það þá veit ég ekki hversu mikið ég lærði, ég var þó að reyna.

Ég man líka sérstaklega eftir því hvað mér þótti danska þjóðin var sjálfum glöð, hvað þeir litu stórt á sig og voru ánægð með litla landið sitt.

„Vi her vor i lille Danmark." Það var það sem þeir sögðu alltaf hreint.

Í dag segi ég oft við sjálfan mig að kannski máttu þeir líta stórt á sig. Danmörk er gott land að búa í, það er fallegt og gróðursælt land og það er öruggt að búa þar. Auðvitað eru þarna samfélagsvandamál sem spretta upp eins og kanínur út úr holum sínum, en hvar eru ekki vandamál? Á þeim tíma var danskur fáni flaggaður mjór og langur á nánast hverjum einasta ljósastaur hvarvetna í Danmörku. Já, alls staðar var danska fánanum flaggað og hvarvetna var landinu hrósað og allstaðar stóð Danskur þarna, Danir hérna og Danskt þetta. Mér fannst þetta stundum aðeins of mikið af hinu góða, en þó var oftast nær meiri hreinleiki yfir öllu í þessu litla landi sem var þó í mínum augum stór þjóð.

Svo kom að því að ég tók eftir að við Íslendingar vorum lítið eða ekkert skárri, t.d. þegar handboltalandsliðið okkar sigraði Dani nokkrum mánuðum seinna með miklum mun. Þá fagnaði ég eins og aldrei fyrr.
Þá eignuðumst við Íslendingar nýja þjóðtrú, sem heitir handboltann.

Það var ekki svo vinsælt að tapa fyrir þessari litlu eyþjóð uppi á hjara veraldar, sem eitt sinn áttu að vera traustur þjónn Danska konungsvaldsins.
Nei síður enn svo, bölvaðir Íslendingar, bölvaðir moldbúar. Þó var það nú svo að það var alltaf mikill og er enn mjög góður vinskapur á milli Danmerkur og Íslands. Danmörk er okkar íslendinga mesta vinaþjóð, næstum eins og fjölskylda okkar.
Ég tók svo eftir því að þeir sem voru að rægja annað þjóðfélag niður voru í mestu erfiðleikum með sjálfa sig. Þá vil ég helst tala hér um hana Tínu sem var húsfreyjan á bænum. Hún var alltaf í nöp við okkur Íslendinga. Ég veit ekki af hverju, en það kann að vera vegna þess að hún var ung kona, stelpa þegar Íslendingar sóttu sjálfir sitt sjálfstæði árið nítján hundruð og fjörutíu og fjögur. Þegar Danir voru á kaf í stríðinu. Þetta var ekkert sérstaklega gott fyrir Danska konungsríkið eða danska kónginn og þegar deilur og rígur varð hvað mestur á milli íslenskan og danskan almennings þá fór það stundum upp í slagsmál á sumum stöðum. Margir íslenskir landar mínir hafa sagt mér að það var oft ráðist á þá í Kaupmannahöfn eftir stríðið.

Gamall fjölskylduvinur sagði mér frá því að eitt sinn voru þeir fjórir eða fimm Danir sem réðust á hann á Strikinu á sjötta áratugnum þegar hann var að koma gangandi af einni knæpunni á leið sinni út í skip sem stóð bundið við höfnina, ekki svo langt frá Nýhöfnina. Síðan átti hann að sigla áfram til Helsinki í Finnlandi. En það urðu heilmikil slagsmál sem endaði með stórslysi, nefbroti og mörgum eymslum. En það var þá og var allt önnur Ella. Hann hafði tekið niður nokkra Danina sem emjuðu af kvölum eftir að hafa verið lamdir sundur og saman af einum Íslendingi. Hvað var rétt í þessari sögu veit ég ekki. En ég verð alltaf meira og meira skeptískari með árunum. Rígurinn á milli þjóðanna var þó til staðar og ég hef oft heyrt talað um slagsmál sem voru á milli Dani og Landans hvar vetna.

Þegar ég var vinnumaður á Bjargi þó kom Mezoforte kom til Danmerkur og þeir héldu tónleika í Árósum. Ég var einmitt á ferð með Jóni vinnumanni þegar ég sá þá í borginni en einhverja hluta vegna þá þorði ég ekki að fara til þeirra. Einu sinni var eldri bróðir minn hluti af þessari hljómsveit og ég þekkti þá alla, en ég var of hræddur að fara til þeirra og tala við þá. Nokkrum árum seinna hitti pabbi Jóhann Ásmundsson og sagði honum frá því að ég hafi verið þarna á staðnum, Jóhann var ekki sáttur við að ég hafði ekki komið og talað við sig. Seinna meir hitti ég Gulla Briem trommara sem var heldur ekki svo sáttur við að ég hafði ekki látið sjá mig. En á þessum árum var ég svo feiminn og þá sérstaklega við þekkta menn.

Það þótt ekki svo merkilegt í augum þjóðernis-sinnuðum Dönum að Íslendingar væru að gera garðinn frægan og baða sig í frægðar ljóma út um allan heim. þessir eskimóar áttu bara að vera heima hjá sér og láta alvöru menn um að sinna ástríðu heimsfrægðarinnar.

Og auðvita brandararnir kveinuðu á milli þjóðfélagshópana. Íslendingar voru moldbúar í augum Danskra hroka pottorma af því að þeir bjuggu eitt sinn í torfkofum og Íslenskir rembings þumbarar kölluðu Danina fyrir bauna, og svínaskanka af því að þeir elska að fá sér baunir með flesksteikinni sinni og borða mikið af þeim og verða feitir.

En þegar upp var staðið þá var langflestum Dönum og langflestum Íslendingum slétt sama um þessa gömlu rembingshátt þjóðanna. Flestir vildu bara eiga vini í sitthvoru landinu. Ég hef alltaf orðið meira og meira var við það í gegnum árin.

Samt var Tína húsfreyja alltaf að tala niður til okkar Íslendinga. Eitt sinn sátum við og töluðum um samskipti landana og hún talaði um hversu vont fólk við Íslendingar værum fyrir að hafa stungið gamla kónginn í bakið. Hún sagði að Íslendingar væru ekki svo snjallir og klárir og eiginlega þá gætum við ekki stjórnað okkar sjálfum.

Hvort maður trúir því eða ekki þá var það nú svo að sá sami kóngur gerði samning við Íslendinga um að veita þeim fullveldi mikið fyrr. Það hafði hann sjálfur svikið og sagt er að hann hafði skyrpt í áttina til Íslands þegar hann sigldi á leið sinni til Grænlands.

Kannski var það réttast í stöðunni, eða kannski var það rangt af okkur Íslendingum að berjast fyrir sjálfstæði okkar, því að sumir segja að það hafi verið vegna þess að í Danmörku hafa verið að koma upp fjöldinn allur af mannréttindasamtökum sem voru að stinga upp kollinum í Danmörku á sínum tíma og sum þeirra voru komin með mikið vald þannig að kannski hefðu íslenskir bændur neyðst til að veita húskörlum, kerlingum og sveitarómögum það frelsi sem þau áttu skilið og þannig hefðu stórbændurnir misst mikið vald sem þeir höfðu. Á nítjándu öldinni máttu íslenskir stjórnmálamenn ekki fara á þing nema að eiga jörð. Þetta var í lögum, þess vegna varð Jóni okkar Sigurðssyni gefin pínulítill jarðarskiki á Vestfjörðum svo að hann hreinlega mætti verða þingmaður í Reykjavík.
Svona er hægt að hlaupa í kringum lögin, kannast engin við það?

Loksins fékk maður að hitta aðra Íslendinga

Eitt það hættulegasta sem maður gerir í Danmörku er að vera á almannafæri og og tala undir rós á íslensku við aðra Íslendinga. Landinn er allstaðar, „Já, þeir eru allstaðar þessir andskotar.", sagði kallinn á flugvellinum eitt sinn þegar éf var að fljúga heim til Íslands eftir nokkra ára veru í útlöndum. „Og ef þeir heyra eitthvað, þá flýgur fiskisagan."

Það kom svo í ljós að meðal íslenskra íbúa svæðisins gekk slúður á milli manna, kjaftasögur og um allskonar brall og axarsköft og jafnvel framhjáhald. Ég man svo vel eftir því að ég var staddur á einum stað þar sem ég stóð hnarreistur og horfði á mannlífið í Ringkøbing, svo allt í einu heyri ég Íslendinga tala saman.

Ég gekk til þeirra og heilsaði þeim kurteislega á Íslensku og þeir heilsuðu mér á móti, svo tókum við tali saman, og ég sagði þeim hver ég var og hvað ég var að gera þarna í Danmörku.

Ég var einhvern vegin svo vitlaus að segja þeim frá því að mér væri mismunað af húsfreyjunni á Bjargi þar sem ég vann. Auðvitað urðu þeir reiðir og buðust til að ganga í málið. Sumir vildu ganga til þeirra og tala rækilega við þetta fólk og lesa yfir þem pistilinn.

Ég gerði mér ekki alveg grein fyrir því að á Íslandi er ein höndin upp á móti annari en ef maður hittir Íslending erlendis þá standa þeir saman eins og ein sál. Það tók mig svolítinn tíma að ráða þá niður og segja þeim að þetta færi allt vel. Ég mun fara aftur heim eftir nokkra daga.

Þeim var samt mikið niður fyrir og sögðu að ef ég vildi þá myndu þeir skella yfir mig skjólshúsi áður enn ég færi aftur heim.

Það myndi eflaust hafa skelfilegar afleiðingar, hugsaði ég með mér. Og menn áttu ekki orð yfir því að foreldrar mínir höfðu bara sent mig til útlanda til að vinna á búgarði hjá ókunnugu fólki. Ég sat þarna drakk kaffi á sama tíma þegar þeir drukku hvern bjórinn á eftir öðrum. Svo allt í einu kom Jón vinnumaður og sótti mig þar sem ég sat og spjallaði við blind fulla landa mína. Hann var í fyrstu hissa að ég væri að spjalla við ókunnugt fólk, en svo skildi hann að ég var að tala við Íslendingar.

Hann hafði ekki lært að tala önnur tungumál heldur enn Dönsku.

Hann sagði mér að hann hefði engan áhuga á því að vera ferðast um heiminn, hann skryppi stundum niður til Þýskalands til að kaupa sér bjór og brennivín og smyglaði því yfir landamærin, svo hélt hann stundum partý með vinum sínum.

Hann sagði mér að þau hjónin á bænum áttu nóg af Gamaldansk í kjallaranum.

„En, trúðu mér. Það drekkur engin Gamaldansk nema skrítna fólkið í Danmörku.", sagði hann.

Mér var svo sama því ég hafði lofað ömmu minni að drekka aldrei brennivín. Ég hafði lofað mömmu minni að ég skildi aldrei reykja á ævinni. Það átti nánast að gera mig að templara. Ég smakkaði bjór i fyrsta sinn í Danmörku þegar ég var fjórtán ára gamall. Mikið hryllilega fannst mér hann vondur. Mér fannst hann svo hræðilegur, mér fannst eins og ég væri að hella ofan í mig uppleystan eyrnamerg.

Þetta féll ekki vel í geð hjá Dönunum þar sem bjórinn er nánast heilagt vatn í þerra augum.

Þó seinna meir á ævinni fannst mér bjórinn frábær drykkur þá var ég allt of ungur til að vera sötra þennan eyrnamerg og ég varð að passa mig betur að verða ekki af Dana, það þótti jaðra við landráð hér áður fyrr.

Eins og Gunnar Gunnarson sagði eitt sinn:

„Mér hefur ekki verið boðið á bókmenntahátíðina heima á Íslandi, enda er ég Danskur, þó ég sé enn meiri Íslendingur í hjartanu enn þeir allir til saman."

Hann var frekar lítið fyrir Íslendinga en hann elskaði landið meira enn allt annað.

Þeir Arvin og Jón höfðu gaman að drekka bjór á kvöldin og á sama tíma fékk ég mér eina til tvær flösku af Jolycola.

Það var gaman þegar þeir voru að segja mér frá því hvað þeir þoldu ekki Tínu húsfreyju en svo hvað þeir voru alltaf kurteisir við hana, bugtuðu sig og beygðu fyrir henni þegar hún svo mætti á svæðið. Já, ég man hvað þeir voru umburðarlyndir og auðmjúkir en svo sátu þeir uppi á háalofti um helgar, drukku bjór og rökkuðu húsfreyju greyið niður eins langt og þeir komust með það. Það var eins og hún væri hreint bara alvörunni norn. Ég man líka svo vel eftir því að það kom náungi sem var gamall vinnumaður þarna, hann var kallaður „Kisa." Kisa var ágætis náungi en samt þoldum við ekki hvorn annan. Mér fannst hann þreytandi og sjálfum glaður, grobbinn og merkilegur með sig. Eflaust sá hann eitthvað við mig á sama tíma sem féll honum ekki vel í geð, eflaust átti ég mína sök í máli. Kannski vorum við svo líkir. En þó í byrjun þá vorum við ágætir vinir, við röbbuðum saman og ég hlustaði á hann segja mér eitthvað sem ég skildi ekki. Hann talaði svo óskýrt svo eins og hendi var veifað þá fór hann að tala niður til mín og segja hvað hann þoldi mig ekki. Þá skipti engum togum að ég svaraði honum einn daginn, sem hafði einhverjar afleiðingar þannig að Arvin þurfti að ganga á milli. Kisa var maður sem greinilega átti erfiða fortíð, hann hafði lifað hratt og var víst gamall ógæfumaður sem hafði snúið blaðinu í lífi sínu við. Mér var svo sagt það seinna að hann hafði verið á mínu aldri (og ég var þá) þegar hann byrjaði að drekka bjór og brennivín og stuttu seinna byrjaði hann að taka inn töflur og svo tóku við sterkari og sterkari efni. Hvað kom mér það við? Ég var bara þangað kominn til að læra að vinna og læra dönskuna. Og ég lærði þá heil mikla dönsku þó ég segi sjálfur frá. Ég gat farið að halda samræður án þess að vitna í enskuna og ég gat vel bjargað mér ef ég þurfti að tala við einhvern sem talaði enga ensku.

Ég komst að því að Danmörk er mjög gott samfélag, þeir töluðu mikið um mat og höfðu gaman af því að sitja saman við borð og snæða góðan mat. Þeir heltu sér stundum kaffi í bolla á kvöldin og þá var tekin einn góður snafs með til að hafa gaman af.

Þegar ég svo fór til að hitta Íslendinga þá gerðu þeir mikið grín af Dönum af því að Danir gerðu grín af Íslendingum. Þó svo að þjóðirnar eru að mörgu leiti líkar þá erum við líka ólík að ýmsu leiti. Ef að tveir Íslendingar hittust á vinnustað í Danmörku þá var þeim t.d. bannað að tala saman á íslensku, þeir skyldu tala saman á dönsku það var ströng regla. Skiptir engu máli þó svo Tyrkir, Arabar eða Þjóðverjar töluðu saman á sínu máli. Ísland var gömul nýlenda og Danirnir vildu gjarnan fá að halda enn í þá hefð.

***

Þegar ég var að vinna á búgarðinum Bjargi þá höfðu vinafólk foreldrar mína samband við. Þau voru stödd í Danmörku og vildu koma og fá að hitta mig. En þegar að því kom þá voru þau í Holstebro sem var u.þ.b. fimmtíu eða sextíu kílómetra í burtu frá búgarðinum Bjarg. Ég var svo smeykur að láta Tínu húsfreyju vita að þau vildu hitta mig í Holstebro og ég fengi að vera þar yfir nóttina á hótelinu í Holstebro. Það var gaman að hitta íslensku vini okar í Holstebro, Guðmundur og pabbi höfðu verið vinir frá því þeir voru ungir menn á Siglufirði. Ég var alltaf sendur til þeirra á sumrin til Skagastrandar til Erlu og Guðmundar. Þarna voru þau á brautarstöðinni í Holstebro og umvöfðu rauðhærða og hávaxna unglinginn að sér þegar hann steig út úr lestinni. Þarna voru með þeim þrjú af tíu börnum þeirra ásamt Jónsa vini þeirra og Dóru tengdadóttir. Þar var Siggi og Sigurbjörg og líka hún Lára Bylgja. Það var svo gaman að hitta þau, að vera í kringum fólkið mitt sem ég vissi hvernig ég átti að umgangast, vissi hvað ég mátti segja og hverju maður sleppir að ræða um. Já það var gaman að fara til Holstebro, og það var svo gaman að vera þarna og borða með þeim góðan mat um kvöldið. Spjalla svo við þau í setustofunni um kvöldið, tala illa um Tínu húsfreyju, segja þeim hvað hún væri hryllileg mikil norn. Og svo sagði ég frá manninum hennar honum Keld sem gerði allt sem hún sagði. Þau skelltu öll upp úr þegar ég minntist á það að hann myndi örugglega ganga í sjóinn ef hún bæði hann um að gera það. Þetta varð brandari sem þeim fannst gaman að heyra, en ég neita því ekki að þau höfðu áhyggjur af mér þegar ég var á leið til baka að Bjargi.

Það var gaman að vera í kringum hann Jónsa. Hann hafði búið í Danmörku í mörg ár, verið þar i námi og þannig þekkti hann landið og menninguna.

Ég leit á Danmörk vera alltaf það öfuga við Ísland og hvað þá Grænland. Mér hefur stundum fundist við eiga afskaplega fátt sameiginlegt. Kannski bara fisskinn, tungumálið og söguna. En auðvitað eiga Danir og við íslendingar heilmargt sameiginlegt.

Náttúran, veðráttan og jafnvel gat menningin verið pínu ólík okkar menningu. Þegar maður horfði á Danskar bíómyndir eins og Zappa eftir Bille August þá fannst maður komast aðeins nær samfélaginu, að hafa kynnst því ögn betur áður enn maður fór út að vinna á búgarðinum Bjarg.

Stundum voru sýndar heimildamyndir um skyndihjálp í skólanum. Þá voru það oftast nær þættir frá Danmörku. Ég var eitt sinn að skammast yfir því hvað við Íslendingar vorum of ginnkeyptir fyrir öllu því sem kom frá Danmörku.

Þá sagði Ali vinur minn mér að þannig er allt í Afríku. Gömlu herraþjóðirnar eru enn á eftir virðingu hjá gömlu nýlendu þjónum sínum.

Hann sagði mér t.d. að Englendingar væru enn að slæpast eftir mikilli virðingu í Kenýa og jafnvel í Nígeríu.

En ég minntist líka á að við Íslendingar og Danir höfum aldrei eldað grátt silfur saman. Kópavogsfundurinn er fyrir löngu liðinn og Háskólinn í Kaupmannahöfn hefur útskrifað fjöldann allan af íslenskum stúdentum og á meðan við Íslendingar og Danir settumst niður her í denn yfir kaffibolla og tertusneiðum og ræddum sjálfstæði okkar Íslendinga þá voru Svíar og Norðmenn einnig í djúpum umræðum og ræddu líka málin í mesta bróðerni.

Og þá á sama tíma voru Englendingar, Hollendingar, Belgar og Frakkar að murka lífið úr sínum nýlenduþjónum. Hefðu þessar þjóðir veit okkur handritin okkar til baka? Hefðu þeir komið og sagt „Vær så god, Faldeybok."?

Færeyjaenska konan

Ég man eftir að hafa kynnst fjölda manns þetta sumar, en ég man þó vel eftir Færeyjaensku konunni á elliheimilinu. Hún var yfir hundrað ára, en skýrari enn allir þeir sem ég hef á ævinni kynnst.

Ég fór eitt sinn á elliheimilið með Tínu. Hún þurfti bara að sækja einhverja hluti og skila öðrum, ég man nú ekki alveg hvað það var. Nema hún segir mér að setjast hjá þessari gömlu konu sem sat á bekk í garðinum. Hún sat þarna og var vel klædd. Ég gekk til hennar og heilsaði svo settist ég á bekkinn.

„Þú spyrð ekki hvort þú megir setjast hjá mér ungi maður.", sagði hún og virti mig fyrir sér. „Veistu það ekki það er herramannslegt að setjast niður hjá fínum dömum án þess að spyrja leyfis."

Ég baðst afsökunar og spurði hvort ég mætti nokkuð setjast hjá henni. Og hún tók vel í það.

Svo spurði hún mig hvaðan ég kæmi, hún vissi það vel að ég var ekki danskur strákur. Ég sagðist koma frá Íslandi, hún tók vel í það og byrjaði gamla konan þá að tala við mig á ágætri íslensku. Hún sagðist eitt sinn hafa átt íslenskan kærasta. Það voru liðin meira enn áttatíu ár síðan. „Það var rétt eftir aldarmótin nítján hundruð. Og við kynntumst þegar hann kom með vörur frá

Danmörku til Færeyja. Hann var mikill herramaður og indæll var hann.", sagði hún.

Svo fór hún að segja mér að það var oft gaman þegar Færeyingar og Íslendingar hittust. Það voru ekki slagsmál eins og þegar helvítis Englendingurinn kom, heldur var alltaf miklar samræður sem fóru í gang. Eyjaskeggjar þekktu vel til á Íslandi og sömuleiðis Íslendingar þektu vel til í Færeyjum. Svo sagði hún mér að mikið hefur breyst. Henni fannst eins og hipparnir höfðu eyðilagt samfélag mannanna með sóðaskap, leti og dópneyslu. Það er orðin miklu meiri vanræksla nú á tímum. Hún sagði að við værum enn vitlausri með því að halda það að tæknin eigi eftir að hjálpa okkur.

„Heyrðu ungi maður, kannast þú við það skrítna apparat sem heitir tölva? Nú eiga menn ekki lengur að hafa áhyggjur af neinu.", sagði hún. „Því tölvan á eftir að gera allt fyrir alla."

Svo leit hún framan í mig og virti mig fyrir sér og brosti. Hún sagði mér mér svo að þegar ég yrði orðin gamall maður þá á ég heldur ekki eftir að skilja samfélögin eins og þau verða þá.

„Maður vinnur við að búa þau til þegar maður er ungur og miðaldra, en svo skilur maður ekkert í því hvernig allt hefur breyst svo skyndilega þegar maður er orðinn gamall. Og svo áður enn maður veit að, þá eru allir öðruvísi klæddir og með öðruvísi hugsunarhátt.", sagði hún og hló innilega.

Þegar hún spurði mig hvort ég hafi nokkuð heimsótt áhugaverðastaði í Danmörku þá sagði ég henni frá því að ég hafði heimsótt Himmelbjarget sem átti að vera hæsta fjall eða hóll í Danmörku.

„Já, Himmelbjrget, það er auðvitað skemmtilegur staður til að heimsækja.", sagði hún skellihlæjandi. „En það er engin fjallganga fyrir ykkur Íslendinga eða okkur Færeyinga en mjög áhugavert að heimsækja."

Það var svo gaman að því að tala við þessa konu því að skýrari manneskju hef ég varla á ævinni kynnst. Á þessum árum hafði ég mikla unun á þvi að tala við mér eldra og reynslumeira fólk, það var auðvitað það sem ég taldi mig öðlast betri þekkingu á því að finna sjálfan mig í reynslubanka fólk úr fortíðinni.

Hún t.d. hafði gaman að því að segja mér frá Færeyjum og hvernig hún sá allt breytast þar. Hún sagði mér frá samskiptum þeirra við Ísland. Að tala við konu sem hafði lifað á öldinni á undan þeirri sem við lifðum þá á, það var skrítin tilfinning. Ég spurði hana þá meira út í samskipti hennar við Íslendinga sem komu inn í höfnina í Þórshöfn.

„Já, þessir Íslendingar, þetta voru allt fínir strákar.", sagði hún. „Það var alltaf gaman að hitta fólk frá Íslandi, þannig lærði ég íslensku með því að tala við Íslendinga."

Ég spurði hana út í stríði, svo allt í einu skammaðist ég mín. Hvernig datt mér í hug að fara tala um stríðið? Kannski hafði hún misst ættingja og kannski hafði hún misst ástvini. Hver veit? Ég bara lét spurninguna flakka óhugsandi. Je minn einasti. Stundum gerði ég svo heimskulega hluti. Ég skammaðist mín fyrir heimskuna í sjálfum mér en svo sá ég hvað hún brosti fallega, þá um leið fannst mér ég geta kyngt stoltinu.

Og þrátt fyrir það svaraði gamla konan mér og það var eins og það lifnaði yfir henni að heyra talað um stríðið. Hún sagði mér frá því að hún var ekki lengur ung kona þegar stríðið var. Þá var hún komin á sextugs aldur þegar það byrjaði. Hún sagðist muna eftir öllu.

„Stundum voru góðir tímar. Og maður lærði nægjusemi á krepputímanum og maður lærði að fara vel með hlutina. Ég hafði kynnst dönskum manni, gifst honum og ég hafði flutt með honum til Danmerkur. Svo kom stríðið og hann dó í skotárás, sögðu þeir við mig. Þér að segja þá held ég að hann hafi dottið ofan í skurð og drukknað og dáið.", sagði hún brosandi og horfði svo eitthvað fram fyrir seig eins og hún væri að fylgjast með einhverju öðru fólki. „Hann var mikil fyllibytta, hann var alltaf fullur. Eftir stríðið ætlaði ég að fara aftur heim til Færeyja en þá kynntist ég öðrum Dönskum manni og það liðu ekki svo mörg ár, kannski fimmtán ár, þá dó hann líka. En þá var ég orðin svo gömul að ég nennti ekki að pakka niður og flytja aftur til Færeyja. Hvað þá að finna mér annan Dana til að giftast. Ég hef búið hér í Danmörku miklu meira enn hálfa öld og það er kannski kominn tími fyrir mig að viðurkenna það fyrir sjálfri mér að ég fari aldrei aftur heim. Við Færeyingar segjum það sama og þið Íslendingar, við köllum eyjarnar okkar, heim.", sagði hún og brosti hlýlega eittvað út í tómið.

Þarna sátum við saman á bekknum og ég spurði hana spurningu eftir spurningu. Það var svo gaman að vita meira um gamla tíma enn ég vissi um. Það var svo gaman að tala um nítjándu öldina. Hún var þó fædd undir lok nítjándu aldarinnar og hún þekkti vel allt sem hafði gerst á tuttugustu öldinni. Það var svo allt annað aðt tala við gamalt fólk um tímana tvenna á þeim árum. Því þá voru svo miklu meira breytingar á tímanum enn hann er búinn að vera seinustu tuttugu árin.

Ég stóð upp og sagðist þura að fara. Það var reyndar verið að kalla á mig. Ég þakkaði ég henni fyrir spjallið. Tína var farin að verða óþolinmóð, við vorum á leiðinni heim.
„Hún getur ekki beðið í smástund þessi kelling.", sagði Færeyjaenska konan og hristi höfuðið.
En hún þakkaði mér þá sérstaklega vel fyrir spjallið. Hún hafði ekki talað Íslensku í mörg ár, og því sagði hún mér að líta við hjá sér ef ég væri á ferðinni um Ulfborg. Hún fengi ekki svo oft gesti lengur. Við kvöddumst, ég fór og hún brosti aftur til mín í kveðjuskini.

Daginn eftir kom Tína til mín og tjáði mér að Færeyska konan hefði dáið um nóttina. En hún talaði mikið um hvað það var gaman að spjalla við unga Íslendinginn sem leit við hjá sér. Síðan þá hef ég nokkrum sinnum keyrt í gegnum Ulfborg og alltaf kemur gamla konan frá Færeyjum upp í hugann.

Heimkoman- á landi bláa

Það var svolítið merkilegt að fljúga aftur heim til Íslands eftir að hafa verið í Danmörku í nokkra mánuði. En ég var svo heppinn að koma heim í góðu veðri í hánorðanátt og í lok ágústmánaðar. En það var líka gróðurleysið sem stakk mig í augun. Mér fannst ég vera kominn upp á tunglið. Það var allt svo gróðursnautt að mér fannst ég hafði aldrei hafa verið þarna áður. Á leiðinni heim þá sat ég í flugvélinni með Argentínskum vísindamanni sem var kominn til Íslands til að vinna að einhverju voða stóru verkefni upp á Vatnajökli. Ég man ekkert hvað hann hét. En hann var miðaldra maður með yfirvaraskegg og var frekar virðulegur í fatavali. Hann mátti alls ekki dreka ískalda drykki með klaka í, þar sem hann var að fara upp á jökul.

„No Ice please.", sagði hann alltaf við flugfreyjurnar.

Ég spurði hann þá út í Argentínskan fótbolta. Og hann talaði þá mikið um Maradona sem var þá uppáhald allra drengja. Hann talaði um hinn og þennan en þó sagði hann mér að það verður aldrei betri leikmaður til enn Argentínski leikmaðurinn Osvaldo Ardiles var hans maður.

„Hann var svo rosalega góður.", sagði hann. „Heldurðu ekki með Totenham Hotspurs í Enskaboltanum?", spurði hann mig svo.

Hann sagði mér að hann héldi með Barracas í Argentínska boltanum. Og hann sagði að ég ætti að halda með þeim líka ef ég vildi halda með einhverju liði í Argentínu. Öll önnur lið eru alls ekki eins svo merkileg.

Ég vissi svo lítið um Suður Amerískan fótbolta. Ég þekkti bara Enska boltann í gegnum Bjarna Fel og svo strákana í Víkingi. Ég var þá ekki svo mikill heimsmaður.

Mér fannst það æðislegt að geta talað við mann frá annari heimsálfu, mann sem gat útskýrt fyrir mér hugsjónina á bak við sum liðin í hinni Rómversku Ameríku.

Það voru auðvitað lið sem voru lið landsins, lið fólksins og borgaraliðin. Lið bændanna og verkamannaliðin o.s.frv.

Svo lenti vélin og ég rétti vísindamanninum höndina og hann kvaddi mig og óskaði mér til hamingju að vera orðin Barracas aðdáandi.

Þegar ég kom gerði pabbi ekkert annað enn að spyrja hvernig allt hafi verið í ferðinni. Ég hafði skrifað þeim nokkur löng bréf (sem að auðvitað voru sneisa full af stafsetningavillum). Bréf sem pabbi og mamma lásu upp á hvern dag.

Svo var pabbi með félaga frá Danmörku, hann Uffe Kellsen. Stór og mikill spikfeitur kall sem var mjög sérstakur. Hafði gaman að gera grín af öllu og þá sérstaklega sjálfum sér. Kellsen var fínasti náungi sem varð góður vinur pabba. En sjálfur þoldi ég hann ekki nema takmarkað mikið. Hann kom frá Silkiborg, og hann var alltaf að segja okkur frá því sem var að gerast í þeirri borg.

Hann hafði gaman að skella sér með á hestbak og skoða hestana hans pabba. Hann hafði gaman að koma með okkur í útreiðartúra. En svo komu tímar þar sem mér fannst ég verða draga mig til hlés, hann var svo hryllilega leiðinlegur kall anginn. Þó svo að öllum Íslendingunum fannst hann svakalega skemmtilegur þá fannst mér allt í lagi að hvíla sig stundum á bröndurum. Þó svo að hann gat verið mjög skemmtilegur fyrstu dagana þá fóru brandararnir hans að fá ansi sítt skegg.

Aftur til Kastrup

Það kemur alltaf að breytingum í hvers manns lífi. Ég hef svo margt oft þurft að mæta mínum örlögum í lífinu. Svo oft hef ég allt í einu þurft að breyta til, flytja, fara eða bara þurft að snúa við og mætt öðrum angurboðum í lífinu.

Menn trúðu því statt og stöðugt að Gylfi Svíakonungur hafi gefið gyðjunni henni Gefjunni stórt og mikið land í suðri. Sem hún lét syni sína rífa upp og draga með sér í suður átt og þá var landið skýrt Danmörk. Það er ekki frábrugðið þerri rannsókn sem gerð var um uppruna Danmerkur. Danmörk varð til eftir aur og skít af jöklum Ísaldar.

En þegar ég flaug svo aftur yfir Danmörk nítján ára gamall og horfði yfir landið sem er eiginlega í sögunni barn Gefjunar, þá sá ég ekki snjó, ég sá ekki hvíta jörð eins og var á Íslandi. Það var varla hægt að komast áfram vegna ófærðar. Og ég var á báðum áttum hvort ég myndi nokkuð fá að komast upp á flugvöll vegna snjóhríðarinnar. En í Skandinavíu var auð jörðin. Moldug og rifin upp með rótum eftir uppskeru sumarsins og öll laufin voru öll farin af stóru trjánum, fallin til jarðar og uppétin af skordýrunum.

Svona hafði ég aldrei séð Danmörk, kannski vegna þess þarna hafði ég aldrei komið til útlanda að vetri til, en nú var að koma hávetur. Það var laugardagur og það var tuttugasti og annar desember. Á Kastrup tóku mamma og pabbi á móti mér, þá voru liðin tólf ár síðan ég hafði verið með þeim í útlöndunum.

Pabbi var einn af þessum Íslendingum sem höfðu unnið hörðum höndum fyrir fyrirtækið sitt, þar sem hann vann. Hann hafði gefið sálina, blóð, svita og tár. Næstum æruna. Notfært sér vinskap manna úti á landi og ekki skal gleyma öllu því fólki sem hann hjálpaði fyrir utan vinnu. Í þrjátíu og sjö ár vann pabbi fyrir gömlu Samvinnuhreyfinguna en mátti svo taka pokann sinn þegar frama liðu stundir. Pabbi var kominn til Svíþjóðar að vinna. Maður kominn vel á miðjan aldur og mamma fór með honum til að styðja við hann, til að halda honum föstum svo að hann félli ekki saman í tilveru söknuðarins. Nú var ég (augasteinninn hans) kominn til að vera hjá þeim og til að verða að manni.

Ég mann hvað ég var ánægður að sjá þau og hvað það var gaman að fara yfir til Svíþjóðar eftir að hafa verið að flakka um í Danmörku, eftir að hafa verið að fljúga í marga klukkutíma. Svo þegar við komum að ferjunni sem átti að fara með okkur yfir til Svíþjóðar þá bendir mamma allt í einu út um gluggann og sagði: „Sjáðu Svíana fara yfir með alla þessa poka? Nú eru þeir að kaupa áfengi til að getað drukkið um jólin."

Og þá sá ég hvað það var gaman fyrir Svíana að vera fara yfir til Danmerkur að kaupa sér bjór og brennivín til að getað gleymt gráum hversdagsleikanum í smá stund milli jóla og nýárs.

Seinasti flugbáturinn

Einu sinni kom sænskur maður yfir til Kaupmannahafnar. Hann gekk inn á næstu knæpu og bað þar um einn stóran sterkan.

Barþjónninn, danski, horfði á hann með mjög skeptískum augum en svo kom hann til hans og sagði: „Veistu að hvað? Þú færð einn stóran sterkan hjá mér ókeypis en þú verður að lofa mér að hrópa og kalla ekki né heldur að vera áreita dönsku stelpurnar, þú mátt ekki pissa í blómabeðin, þú mátt ekki verða þér til skammar, ekki verða blindfullur þannig að þú ælir í Tívolíinu, þó mátt ekki leita af slagsmálum. Og svo verðurðu að taka seinasta flugbátinn til baka."

Það var uppi á Svíþjóðarárunum mínum, ég var ungur óheflaður, sjálfum glaður og stundum erfiður. Ég var hrokafullur eins og allir ungir menn, ég var með framtíðardrauma og lífsgleði í hjarta.

Samt var ég ekki laus við þá fýsn að láta lokka mig yfir til Danmerkur á skemmtanalífið. Ég man svo vel eftir deginum sem ég fór með félögum mínum yfir til að drekka nokkra öllara á einhverri knæpunni í Kaupmannahöfn. Við fórum þangað saman þrír strákar. Tuttugu og eins eða tveggja ára gamlir strákar á háskólaárunum.

Þarna vorum við saman komnir, einn Svíi, einn Íslendingur og einn Sómali. Við elskuðum að fara saman á knæpurnar dönsku og skála í dönsku mjöðriðnu. Það var eins skemmtilegt og það gat verið.

Ég dró strákana upp Strikið að knæpunni þar sem íslenskir háskólastúdentarnir voru vanir að hittast og skála hér í denn.

Þarna sem við sátum og spjölluðum um líf okkar í Svíþjóð og ég man að ég trúði þessum vinum mínum fyrir því að hafa sængað með konu sem var mikið eldri enn ég sjálfur.

Ég var viss um að þeir yrðu hneykslaðir og myndu ekki líta mig sömu augum aftur. En það var eitthvað sem ég átti víst að vera stoltur af, eitthvað sem þeir hefðu óskað sér að lenda í. Alí vinur minn sem var einn besti vinur minn á þessum tíma var mér svo kær spurði mig svo seinna meir hvort þetta hafði verið rétt, hann vildi vita löngu seinna hvort ég hefði búið þetta til, bara til að slá um mig.

En ég sagðist ekki hafa ætlað að slá um mig. Sannleikurinn var sá að ég skammaðist mín svo hræðilega fyrir þetta.

Ég sagðist hafa notað tækifærið til að játa syndir mínar svo ég myndi ekki þurft að bera skömmina í brjósti alla ævi.

En Ali skildi mig vel. Hann var bara svo forvitin.

Þetta skemmtilega kvöld í Kaupmannahöfn gátum við verið okkar eigin herrar. Engin var til staðar til að segja okkur hvað við áttum að gera fara eða hvað við áttum að drekka mikið.

Þetta kvöld í Kaupmannahöfn var okkar. Þangað til að Ali hitti sæta danska stelpu á einni knæpunni og hann fór með henni þá á djammið og svo heim. Ali var allt öðru vísi enn annað fólk, sjarmerandi og stórglæsilegur maður.

Mömmu fannst hann alltaf svo huggulegur, kurteis og framúrskarandi með þægilega framkomu.

Hún sagði alltaf ekkert skilja í Sænsku stelpunum að hafa ekki nælt sér í Ali.

Þá vorum við Fredrick bara tveir einir eftir á djamminu. Við þræddum bara barina og áttum hvergi heima þessa nóttina. En svo fórum við inn á bar þar sem var verið að spila gömul jazz lög og ég man sérstaklega eftir því þegar við Fredrick sungum „It is a wonderful world" með Louis Amstrong og síðan sátum við og hlustuðum á Charlie Parker, Miles Davis, Duke Ellington, Ellu Fitzgerald og Billie Holiday. Þá gátum við talað saman, opnað okkur og svo skáluðum við í Tuborg og Gamel dansk.

Þetta var löngu fyrir tíma gemsana þannig að við gátum ekkert hringt til að athuga hvað var að frétta af Ali.

Ég sagði Fredrick þá frá þeim tíma þegar ég kom til Danmerkur sem unglingur og fór að vinna á búgarði, svo stórum að hann yrði langstærsti búgarðurinn á Íslandi ef hann væri þar.

„Að senda börnin sín til að vinna á búgarði yfir sumartímann" fussaði Fredrick út úr sér. Þetta þekktist ekki í Svíðjóð né heldur annars staðar í heiminum. Nema kannski bara hjá skrítnum Íslendingum.

Ég man hvað Fredrick var steinhissa þegar ég sagði honum frá þessum sið okkar Íslendinga. Hann taldi foreldra mína vera snar klikkaða. Kannski voru þau það, ég veit það ekki. En við Íslendingar vorum of saklausir í hans augum, kannski voru Íslendingara bara óvitar? Að senda börnin sín bara eitthvert út í heim til ókunnugra manna var hugmynd út úr kú. Það fannst honum.

„Að treysta svona ókunnugu fólki fyrir börnunum sínum er ekkert annað enn óvitaskapur og heimska.", sagði hann hneykslaður.

Seinna um kvöldið eða um nóttina vorum við komnir að bryggjunni þar sem báturinn átti að fara yfir til Svíðjóðar. Við höfðum misst af seinasta flugbátnum til baka. Og því höfðum við ráfað um borgina, þræða allar knæpurnar, drekka bjóra og þá vorum orðnir vel þreyttir þegar við loksins komum aftur að bryggjunni. Þá sóttum við bjórinn og brennivínið okkar sem við höfðum keypt í lítilli verslun rétt við Nýhöfnina daginn áður. En áður enn við fórum með það yfir til Svíþjóðar lentum við í smá ævintýri.

Danskur hafnaverkamaður sagðist aldrei hafa séð skápana þar sem við geymdum áfengið okkar. Og auðvitað vissum við ekki hvert hann ætlaði þegar við óðum inn í húsið sem átti víst að vera lokað, en var ekki lokað. Hafnarverkamaðurinn kom hlaupandi á eftir okkur og spurði með miklu þjósti hvað í helvítinu við værum að gera þarna. Þá bentum við á skápana sem voru staðsettir undir tröppum. Kall greyið tók um höfuðið á sér og var mikið niður fyrir það að hafa aldrei séð læstu skápana áður og hafði karl garmurinn unnið þarna í fjórtán ár.

En við fengum að taka varninginn og fórum yfir til Svíþjóðar. Þar byrjaði dagurinn á því að við vorum eitthvað stoppaðir í tollinum og það var eitthvað talað við okkur. En við sem vorum bara að fara heim að sofa. Ali hafði verið eftir í Kaupmannahöfn með sætu dönsku stelpunni. En við Fredrick höfðum hitt einhver danskar stelpur um nóttina sem báru ekki þess merki til að vera gæfusamar og Fredrick leist ekkert á þær. En hvað með það? Þær voru ekki svo slæmar, mér fannst það ekki. Þær voru svona pönkarar.

En hann Fredrick gerði bara stæri kröfur til útlitsins á konum enn ég. Kannski var það af því að ég hafði ekki útlitið með mér. Ég var hávaxinn maður, rauðhærður, herðabreiður sem var ekki í uppáhaldi hjá ungum konum. Ég talaði með mínum harða íslenska hreim og svo var ég voðalega feiminn í þokkabót. Ekkert kvennagull.

***

Ég man svo vel eftir dönskum manni sem ég kynntist eitt sinn í ferjunni sem siglir frá Trelleborg til Stralsund fyrir mörgum árum. Hann sagðist vera rithöfundur og hafa gefið út fjölda allan af bókum í gegnum árin. Þegar ég ég spurði hann meira út í hans ritstörf þá setti hann upp skrítinn svip og sagði: „Já, ég er njósnari. Allir rithöfundar eru njósnarar." Svo sagði hann mér að ég skildi passa mig á því að verða rithöfundur. Ef ég gæti ekki njósnað um fólk, þá gæti ég aldrei orðið alvöru rithöfund.

Þegar ég spurði hann hvað hann ætti við, hvað hann væri að tala um þá fussaði hann og skammaðist yfir því að ég sem Íslendingur skildi ekki hvað hann ætti við.

Hann sagði að við íslendingar værum óttalegir naivistar og eskimóar. En við kynnum best í öllum heiminum að setjast niður með pennann og skrifa sögur, skálda eitthvað eða segja frá einhverjum skemmtilegum uppákomum, þar eru íslendingar bestir í heiminum. Hann tók stóra ölkönnu og drakk hana næstum hálfa í einum sopa. Ritvöllurinn er ykkar vígvöllur.

Danski rithöfundurinn var meira svona lesandi rithöfundur heldur enn skrifandi (að eigin sögn). Hjá honum voru Íslenskar bókmenntir í miklu uppáhaldi. En íslensk pólitík eða íslensk fræði voru bara rugl og þvæla.

Verslunarferð

Á mínum Svíþjóðarárum fór ég ekki alltaf til Danmerkur til að skemmta mér eða tila að versla ódýrari bjór eða bara í þeim tilgangi til að kaupa mér ódýrari mat.

Stundum fór ég þangað til að komast í frábæra osta og í dönsku spægipylsuna. Auðvitað fannst mér maturinn miklu betri í Danmörku. Veitingahúsin huggulegri þar enn í Svíþjóð. Einnig var ég farinn að gera stærri kröfur til vínsins, og ég öðlaðist betri og betri þekkingu á víni. Fáir höfðu eins mikið úrval á góðu víni og Danskar verslanir Þegar ég fór með Íslendinga yfir til Danmerkur til að versla mat þá voru þeir alltaf að jarma um að ég væri vitlausu megin við Eystrasaltið. Ég átti á búa Danmörku megin en ekki Svíþjóðar megin. Mér fannst ég alltaf vera að gera vitleysur. Reyndar alltaf þegar ég ræddi um Norðurlöndin við aðra Íslendinga þá voru þeir aldrei neitt sérstaklega neikvæðir út í þau lönd sem þeir þar sem þeir bjuggu. Þeim líður alltaf best að búa í Norður Evrópu.

Íslendingum í Noregi og Íslendingum í Danmörku og Íslendingum í Svíþjóð og Íslendingum í Finnlandi, Íslendingum í Færeyjum og jafnvel á Grænlandi.

Einhvern vegin þá finnst mér Íslendingar í Danmörku alltaf svo jákvæðastir, kannski þeim líður best þar. Þessi hamingjusamasta fólkið í heimi eru kannski Íslendingar í Danmörku en ekki Íslendingar á Íslandi.

Það voru svo góðir ostarnir og kjötborðin í Dönsku verslununum voru svo mikið spes. Mig langaði alltaf að fara þangað á hverjum degi, fara þangað til að njóta mín, freista gæfunnar, og kannski ögra mér svolítið í leiðinni.

Ég man eftir skólabróðir mínum í Háskólanum sem fór einn daginn yfir til Danmerkur bara til að ganga um, fá sér einn eða tvo kaffibolla og skoðað mannlífið á sama tíma. En svo fékk hann sér bara einn lítinn bjór á meðan hann var að bíða eftir ferjunni sem átti að sigla með hann yfir til Málmeyjar. Tíminn var svo skrítinn. Ég var aldrei vanur því að fara í annað land til að versla þegar ég bjó á Íslandi. Á Íslandi var maður vanur að fara á milli staði til að leita af ódýrustu búðunum.
En það var ekkert mál í Skandinavíu. Danmörk var langódýrast.
En svo einn daginn kom gengisfall í Svíþjóð. Kannski voru Svíar búnir að fara of oft yfir til Danmerkur til að versla.
Sænskukrónan sökk næstum niður á botn eins og henni hafði verið kastað ofan í Silfru á Þingvöllum.
Þá fóru Danir að fara yfir til Svíðjóðar að versla mat eins og þeim væri borgað fyrir það. Samt sem áður versluðu þeir ekki mat heldur versluðu þeir heimilisvörur,

hljómflutningsgræjur, sjónvörp, straujárn og ristavélar. Maður heyrði söguna af Svíum sem fóru yfir til Danmerkur, Þjóðverjum sem fóru yfir til Póllands, Norðmönnum sem fóru yfir til Svíþjóðar og Svisslendingum sem fóru yfir til Þýskalands. Allir krossuðu yfir landamærin til að verls ódýrt.

Maður verslar alltaf þar sem er ódýrast að versla, þannig er hið kapítalíska lögmál.

Samt hætti ég ekki að fara yfir til gömlu herraþjóðar minnar. Maturinn var svo sérstakur þarna og mannlífið var svo æðislegt. Og ekki var það bara maturinn, heldur var það mennigarlífið sem togað í mann til að fara yfir með flugbátnum.

Ég man þá sérstaklega eftir því þegar ég sat á torginu á Helsingjaeyri og drakk mína sex bjóra (eins og tvö hundruð og áttatíu og fimm mans gerðu líka) á almannafæri og horfði á jazz tónleika á sama tíma. Ég var auðvitað svo *lige gad* og ég naut lífsins fram í fingurgóma þetta augnablik. Svo stóð ég upp, fór á almenningsklósett og losaði svolítið af vatni. Því næst tók ég ferjuna yfir til Helsingjaborgar. Og með mér í för voru fjöldinn allur af Sænskum ungmennum sem höfðu sömuleiðis tekið með sér talsvert af áfengi yfir til Svíþjóðar.

Ekki leið á löngu fyrr enn sumir voru farnir að opna einn og einn bjór á meðan þeir voru að bíða eftir lestinni til Lundar.

Sjálfur var ég alveg að fara að opna einn bjór og hugðist sötra hann þarna á brautarstöðinni eins og allir hinir.

Þá skyndilega koma til okkar nokkrir brautarstöðvarverðir sem líklegast voru orðnir frekar þreyttir í vinnunni og framkoman í þeim var mjög óviðeigandi. Ekki leið á löngu fyrr enn lögreglumaður einn kemur og var svo brjálaður að við máttum bara passa okkur, Ég þóttist ekki tilheyra þessum hópi og reyndi smátt og smátt að koma mér frá þeim, ég má auðvitað skammast mín því að ég færði mig til hliðar og kraup niður við eina súlu og þóttist vera einn á ferð. Ég var reyndar bara kunningi eins þeirra sem var þarna. Ég var auðvitað eins og ræfill sem fylgdist bara með snarvitlausum sænskum lögreglumanni garga og öskra á sænsk ungmenni sem höfðu rétt bara opnað einn litla flösku af dönsku bjór. Þarna stóð hann og beiti valdinu í ranga átt. Því hver var eiginlega meiningin á þessum látum í lögreglunni?

Slíkur var munnurinn á Danmörku og á Svíþjóð. Frelsið í Danmörku var algjört, þar gat maður hlustað á skemmtilega tónlist og á sama tíma drukkið bjór á almannafæri. En í Svíþjóð var bannað að drekka áfengi það sem mann langaði til.

Nýjar heimsóknir

Í dag er ég búsettur í Þýskalandi, og fer reglulega með fjölskyldu mína til Danmerkur stundum í sumar, haust og vorfrí.

Við leigum okkur sumarhús og látum fara vel um okkur. Börnin hafa gaman að því frelsi sem er í Danmörku, það er að geta hlaupið um úti, engin skiptir sér að þeim, engin kemur og setur út á að þau hlaupa sjálf út á strönd með flugdrekana sína eða bolta. Lífið er notalegt.

Þegar ég fer inn í fiskbúð þá er það samt ekki sami hreinleikinn og ég finn heima á Íslandi. Í Danmörku er snyrtimennskan ætíð í fyrirrúmi en það er ekki sami fiskur sem er þar á boðstólum og heima. Eins og í Fiskbúð Fúsa.

Þegar við höfum leigt okkur bústað við ströndina þá er lítil fiskbúð þarna í nágrenninu sem er ágæt í sjálfu sér, nema það er ekki eins og vera kominn heim í íslenska fiskbúð þar sem maður getur fengið glæ nýja löngu eða silung og feitan lax.

En það er alltaf eitthvað sem maður finnur í Danmörku sem ég finn hvergi annars staðar í Evrópu. Hvað þá í öðrum heimsálfum?

En ég finn að ég tilheyri þessu landi á einhvern hátt, ég átti langömmu sem var frá Danmörku og afabróðir minn flutti þangað og bjó þar frá því hann var ungur maður fram á þann dag sem hann dó. Pabbi fór eitt sinn þangað út til að heimsækja föðurbróður sinn. Hann bjó hjá honum í einhvern tíma en svo sagði pabbi mér eitt sinn að frændi sinn hafði talað um við pabba að hann myndi flytja út til Danmerkur til sín með fjölskyldu sína og búi þar og að við myndum færa líf okkar til Danmerkur. Þá hefði ég alist upp sem danskur strákur. Ég veit ekki alveg hvernig það hefði gengið upp. Það er stórt stökk að flytja út í annað land. Það er t.d. stórt stökk fyrir flóttamann að taka af skarið og flytja eitthvað þangað sem hún/ hann veit ekki hvað bíður handan hornsins þarna hinum megin í frjálsa landinu.

Þá liggur við að ég segi að við Íslendingar teljum okkur vera mjög samrýmdan þjóðflokk þó svo að við séum mjög oft ósammála heima fyrir. Við rífumst mikið á Þinginu, í blöðunum og þá á ég við að það heitir víst að skylmast með pennanum er að verða eins og þjóðar íþrótt okkar. En þrátt fyrir það er einræðishugarfar eitthvað sem við íslendingar þekkjum ekki í almennri stjórnsýslu, við vitum ekki hvað það er einu sinni. *Það er ekki til í okkar orðabók.*

Eða, ég sjálfur lít svo á að orðið *„miðstýring"* í íslenskri tungu er neikvætt orð. Það er sami hlutur sem snýr að Dönum, þeir þekkja ekki einræðið, ekki lengur. Það er sagt að Danmörk sé konungsveldi en spurning er hversu mikil völd hefur Friðrik Konungur af Amalíuborg?

En Danir eru harðir menn í horn að taka á ritvellinum, eins og við Íslendingar erum. Það kann að vera að við kláruðum okkar Skálmöld, víkingaöld og styrjaldir á sínum tíma. Báðar þjóðirnar eru í NATO og báðar þjóðirnar hafa reglulega lýðræðislegar kosningar á fjögra ára fresti.

Það kann að vera að Danmörk sé agaðra land, og af því njóta margir góðs. En ég hef búið í nokkrum löndum og ég tel að það sé mikill agi bæði í Svíþjóð og á Íslandi og nefni ekki Þýskaland. Þessar þjóðir hafa verið mjög umburðarlynd fyrir flóttafólki. Og í dag (þegar þetta er skrifað) þá er flóttamannapólitíkin í Evrópu mjög umdeild, glæpir hafa aukist svo mikið að Ísland sem eitt sinn var það land með færustu glæpatíðni í veröldinni er farin að kynnast glæpastarfsemi sem engin þar á allri eyjunni vissi að væri til í henni veröld. Svíþjóð þar sem maður gekk um götur borgana Malmö, Helsingborgar og Lundar á hvaða tíma sólarhringsins sem er. Þá er eins og engin mega lengur fara út eftir klukkan átta á kvöldin. Alltaf er auðvitað flóttafólki kennt um allt saman. Flóttamenn sem koma með sín vandamál af heiman eru ekki að fara skilja þau vandamál sín eftir heims fyrir þegar þau leggja af stað í að bjarga sér og sínum úr klóm stríðsátaka.

Kannski er ég sjálfur að breyta skoðunum mínum í takt við púls samfélaga í Evrópu. En fjöldi vina minna sem voru hinir umburðarlyndustu menn og konur gagnvart öllum flóttamönnum hér áður fyrr, eru í dag orðin hvassir andstæðingar flóttamanna í Evrópu.. Þess vegna er vel hægt að segja að öfga hægri sinnaðir flokkar eru að ná völdum á Evrópska þinginu. Í Danmörku eru flokkar á vinstrivængnum farnir að standa á móti flóttafólki. Standa á móti því að bjóða fólki á flótta skjól.

***

Stundum förum við fjölskyldan til Danmerkur á haustin, vorin og á sumrin, það er gert til að njóta rólega andrúmsloftsins og danska frelsisins.

Þá leigum við okkur sumarhús með sána og við elskum að finna svitann renna af líkamanum inni í sánunum á vorin eða á haustin þegar það er kalt úti.

Ég fékk mér stundum danskan bjór um leið og ég settist nakinn inn í sánunum og þá sötraði ég Túborginn og naut þess að svitna út í eitt.

Í dag smyr ég mér stundum brauðsneið með danskri lifrarkæfu á danska rúgbrauðið og í Danmörku má maður setja allt ýmislegt á brauðið eins og sýrðar gúrkur eða sultu.

Ég elska að vera norrænn maður, ég er stoltur af mínum norræna uppruna, (en það eiga líka allir að vera stoltir af sínum uppruna) því hef ég oft búið til mat af norrænum hætti, Sænskar kjötbollur, Danskt smurrebrauð, Norska fiskirétti og Finnsk sallöt og því hef ég alltaf þá Norræna hugsjón að leiðarvísi hvar sem ég fer um heiminn. Að sýna virðingu, vera umburðalyndur en aldrei að gefa tommu eftir ef að mér er sótt.

Ef ég hitti Norðmann, Svía, Finna, eða Dana einhverstaðar í Asíu þá er það eins og að hitta einn úr stórfjölskyldunni.

En ef Íslendingur hittir Færeying í Asíu eða Afríku, þá er það eins og að hitta besta vin eða nánasta ættingja. Það er mikil kærleikur á milli Norræna þjóða. Við erum hörð við hvort annað, gagnrýnin þegar á þarf að halda en svo þegar á reynir erum við eins og samrýmd fjölskylda.

Þó svo að ég elska að búa í Þýskalandi þá elska ég það líka að skreppa einstöku sinnum til Danmerkur og njóta norræna uppruna mín. Einnig á ég það til að fara reglulega til Svíþjóðar.

***

Ég man svo vel eftir þeim sögum sem sagt var um Íslendinga í Danmörku, annaðhvort voru þeir að gera góða hluti eða þeir voru sér til háborinna skammar. Hvað hef ég oft heyrt sögur um Íslendinginn sem bjó í ræsinu í Kaupmannahöfn? Kannski fjörutíu og átta sinnum, ég mann það ekki nákvæmlega en alla vega var það mjög oft. Og á sama tíma voru Íslendingar að stjórna og skipa fyrir í kauphöllunum eða í stórum dönskum fyrirtækjum. Slíkar draugasögur hafa mjög oft verið sagðar í björtu. Þessir Íslendingar eru allstaðar og skilja stundum eftir sig sviðna jörð eða blómadrifnar slóðir.

***

Ég elska að ferðast, ég elska að fara á nýja staði eða heimsækja ný lönd, eitthvert sem ég hef aldrei áður komið.

Það er svo margt að heimsækja, skoða og margir staðir sem maður getur notið. Ég man alltaf svo vel eftir því þegar ég vann á búgarðinum Bjargi og ég var að líta í bók þá allt í einu segir Tína húsfreyja við mig að ég ætti að horfa út um gluggann og njóta náttúrunnar. „Slíka náttúrufegurð færðu ekki að sjá þegar þú ert komin til Íslands.", sagði hún við mig mjög hvöss.

En eins og ég segi hér, þá geta niðurlægingarnar oft mótað konur og menn. Sem þýðir að oft er það hið öfuga sem mótar okkur, eins og þegar menn eru sendir í herinn þá koma þeir brotnaðri til baka heldur enn öfugt. Ég man eftir mörgum vina minna sem fóru á sjóinn hér í denn, og komu þó harðir naglar til baka. En, það voru alltaf einhverjir sem sögðu við þá að sjómennskan væri bara fyrir kellinga.

Hvaða Íslendingur trúir því?

Nei, auðvitað varð ég meiri Íslendingur í hjartanu og auðvitað fór ég þá að ferðar um landið mitt og njóta þess.

***

Ég hef oft heyrt umræðuna um það hvort að Íslendingar ættu að tilheyra Danmörku. Værum við þá ekki mun betur stætt þjóðfélag? Ég veit það ekki ef ég ætti að svara þessari spurningu.

Ég held að Íslendingar hefðu átt að nota Danmörk sem fyrirmynd mikið fyrr. Fólk hefði átt að fá að stofna fjölskyldur mikið fyrr, þá hefðu bæirnir orðið mikið stæri og Ísland hefði orðið mikið stæra og öflugra ríki enn það er í dag. Það er alltaf sagt að það voru bændurnir sem stóðu á móti því að það yrðu byggðir bæir og þorp um landið. Þar sem sjómenn gætu komið heim með aflann. Litlar útgerðir yrðu stofnaðar og fólk ættu þá rétt á því að flytja úr sveitunum í bæina. Það bara gerist svo seint á seinustu og þar seinustu öldum. Menning jókst, fólk fór í borg og bæi og lærðu ýmislegt og fleira og fleira fólk fékk tækifæri. Listir og menning jókst til muna, menn/konur skrifuðu bækur og lærður myndlist þannig auðgaðist þjóðin að mörgu leiti. Svo komu menn/konur erlendis frá og kenndu íslendingum að spila tónlist, mála myndir, reikna flóknar stærðfræðiformúlur og lækna fólk af veikindum, þrífa húsin sín og vaska upp eftir matinn og passa upp á að allt sé vel sótthreinsað. Þannig fækkuðu sjúkdómum til muna.

Enn í dag heyri ég það svo oft að fólk talar illa um eða hreinlega hræðist fjölmenningar-samfélagið.

Þau hræðast það því þau þekkja það ekki, þau eru auðvitað svo skeptísk á að einhverjir útlendingar utan úr heimi eru að fara koma til að taka allt frá okkur.

En bíðið við, einu mestu fjölmenningarsamfélög í heimi eins og Frakkland, Þýskaland, Bandaríkin og Danmörk eru hvað blómguðustu menningarsamfélög í heimi. Innst inni vitum við að það sem gerist í Danmörku í dag eru svolítið skrítnir hlutir, fjölmenningin er þó ekki komin í þrot. Dönsk stjórnvöld hafa stoppað stríðan strauminn af innfiltendum, það er kannski komið nóg, segja þeir.

En þarf einhver að hræðast fjölmenninguna? Hún er jú alltaf af hinum góða, það myndi ég segja. Það vantar almenna umræðu um þessi mál.

***

Ég sá það seinna meir að Danmörk og hin norrænu samfélög eru okkur svo nær, mikið nær í hjarta enn ég hafði grunað.

Kannski fara sumir í fýlu heima á Íslandi ef hin norrænulöndin gefa okkur Íslendingum ekkert stig í Evrovision. Kannski erum við spenntari en venjulega þegar við spilum handbolta við annað norrænuland. Kannski er Danska þjóðin okkur Íslendingum eins og foreldri sem passar upp á okkur og gefur okkur góð ráð. Skammar okkur ef illa gengur og hrósar ef vel gengur. Mér hefur alla tíð fundist Íslendingar upplifa Dani á svo misjafnlega vegu, og eflaust er það vegna þess að við mætum þeim á svo misjafn hátt.

Í dag sé ég Danmörk fyrir mér sem framtíðarland klassík og framtíðarland sem mun alltaf vera til staðar fyrir okkur Íslendinga. Og ekki bara Ísland og okkur Íslendinga heldur líka allan heiminn.